KINH
DI GIÁO
(LỜI DẠY
CUỐI CÙNG)

KINH DI GIÁO (LỜI DẠY CUỐI CÙNG)

NGUYỄN MINH TIẾN *Việt dịch và chú giải*

Copyright © 2019 by UBP (United Buddhist Publisher) - Nhà Xuất Bản Liên Phật Hội

ISBN-13: 978-1-0919-0034-9
ISBN-10: 1-0919-0034-5

Bản quyền thuộc về dịch giả và Nhà xuất bản Liên Phật Hội. Hoan nghênh phổ biến nhưng vui lòng không tùy tiện chỉnh sửa hoặc thay đổi, thêm bớt nội dung.

KINH DI GIÁO
[LỜI DẠY CUỐI CÙNG]

[PHẬT THÙY BÁT NIẾT-BÀN
LƯỢC THUYẾT GIÁO GIỚI KINH]
DIỆC DANH: PHẬT DI GIÁO KINH

HẬU TẦN TAM TẠNG PHÁP SƯ CƯU-MA-LA-THẬP PHỤNG CHIẾU DỊCH
NGUYỄN MINH TIẾN Việt dịch và chú giải

UNITED BUDDHIST PUBLISHER
NHÀ XUẤT BẢN LIÊN PHẬT HỘI

NỘI DUNG

NGHI THỨC KHAI KINH 5

PHẦN DỊCH ÂM 13

PHẦN DỊCH NGHĨA 35

MỤC LỤC 64

NGHI THỨC KHAI KINH

(Phần nghi thức này không thuộc Kinh văn nhưng cần tụng niệm trước để tâm thức được an tịnh trước khi đi vào tụng đọc Kinh văn)

NIÊM HƯƠNG

(Thắp đèn đốt hương trầm, đứng ngay ngắn chắp tay ngang ngực thầm niệm theo nghi thức dưới đây.)

Tịnh pháp giới chân ngôn:
Án lam tóa ha.

(3 lần)

Tịnh tam nghiệp chân ngôn:
Án ta phạ bà phạ, thuật đà ta phạ, đạt ma ta phạ, bà phạ thuật độ hám.

(3 lần)

(Chủ lễ thắp 3 cây hương, quỳ ngay ngắn nâng hương lên ngang trán niệm bài Cúng hương sau đây.)

CÚNG HƯƠNG TÁN PHẬT

Nguyện thử diệu hương vân,
Biến mãn thập phương giới.
Cúng dường nhất thiết Phật,
Tôn Pháp, chư Bồ Tát,
Vô biên Thanh văn chúng,
Cập nhất thiết thánh hiền.
Duyên khởi quang minh đài,
Xứng tánh tác Phật sự.
Phổ huân chư chúng sanh,
Giai phát Bồ-đề tâm,
Viễn ly chư vọng nghiệp,
Viên thành vô thượng đạo.

(Chủ lễ xá 3 xá rồi đọc bài Kỳ nguyện dưới đây.)

KỲ NGUYỆN

Tư thời đệ tử chúng đẳng phúng tụng kinh chú, xưng tán hồng danh, tập thử công đức, nguyện thập phương thường trú Tam bảo, Bổn sư Thích-ca Mâu-ni Phật, Tiếp

Dẫn Đạo Sư A-di-đà Phật... từ bi gia hộ đệ tử... ..... Pháp danh... ..... phiền não đoạn diệt, nghiệp chướng tiêu trừ, thường hoạch kiết tường, vĩnh ly khổ ách. Phổ nguyện âm siêu dương thới, hải yến hà thanh, pháp giới chúng sanh tề thành Phật đạo.

(Cắm hương ngay ngắn vào lư hương rồi đứng thẳng chắp tay niệm bài Tán Phật sau đây.)

TÁN PHẬT

Pháp vương vô thượng tôn,
Tam giới vô luân thất.
Thiên nhân chi Đạo sư,
Tứ sanh chi từ phụ.
Ư nhất niệm quy y,
Năng diệt tam kỳ nghiệp.
Xưng dương nhược tán thán,
Ức kiếp mạc năng tận.

QUÁN TƯỞNG

Năng lễ sở lễ tánh không tịch,

Cảm ứng đạo giao nan tư nghì.

Ngã thử đạo tràng như đế châu,

Thập phương chư Phật ảnh hiện trung.

Ngã thân ảnh hiện chư Phật tiền,

Đầu diện tiếp túc quy mạng lễ.

Chí tâm đảnh lễ: Nam-mô tận hư không biến pháp giới quá, hiện, vị lai thập phương chư Phật, Tôn pháp, Hiền thánh tăng thường trú Tam bảo.

(1 lạy)

Chí tâm đảnh lễ: Nam-mô Ta-bà Giáo chủ Bổn sư Thích-ca Mâu-ni Phật, Đương lai hạ sanh Di-lặc Tôn Phật, Đại trí Văn-thù-sư-lợi Bồ Tát, Đại hạnh Phổ Hiền Bồ Tát,

Hộ Pháp Chư Tôn Bồ Tát, Linh Sơn Hội Thượng Phật Bồ Tát.

(1 lạy)

Chí tâm đảnh lễ: Nam-mô Tây phương Cực Lạc Thế giới Đại từ Đại bi A-di-đà Phật, Đại bi Quán Thế Âm Bồ Tát, Đại Thế Chí Bồ Tát, Đại nguyện Địa Tạng Vương Bồ Tát, Thanh Tịnh Đại Hải Chúng Bồ Tát.

(1 lạy)

(Từ đây bắt đầu khai chuông mõ, đại chúng đồng tụng.)

TÁN HƯƠNG

Lư hương xạ nhiệt,
Pháp giới mông huân,
Chư Phật hải hội tất diêu văn,
Tùy xứ kiết tường vân,
Thành ý phương ân,
Chư Phật hiện toàn thân.

Nam-mô Hương Vân Cái Bồ Tát Ma-ha-tát.

(3 lần)

CHÚ ĐẠI BI

Nam-mô Đại Bi Hội Thượng Phật Bồ Tát.

(3 lần)

Thiên thủ thiên nhãn vô ngại đại bi tâm đà-la-ni.

Nam mô hắc ra đát na đa ra dạ da. Nam mô a rị da, bà lô yết đế, thước bát ra da, bồ đề tát đỏa bà da, ma ha tát đỏa bà da, ma ha ca lô ni ca da. Án, tát bàn ra phạt duệ, số đát na đát tỏa.

Nam mô tất kiết lật đỏa y mông, a rị da bà lô kiết đế, thất phật ra lăng đà bà.

Nam mô na ra cẩn trì hê rị, ma ha bàn đa sa mế, tát bà a tha đậu du bằng, a thệ dựng, tát bà tát đa, na ma bà dà, ma phạt đạt đậu, đát điệt tha. Án a bà lô hê, lô ca đế, ca ra đế, di hê rị, ma ha bồ đề tát đỏa, tát bà tát bà, ma ra ma ra, ma hê ma hê, rị đà dựng cu lô cu lô, kiết mông độ lô độ lô, phạt xà da đế, ma ha phạt xà da đế, đà ra đà ra, địa rị ni, thất Phật ra da, dá ra dá ra. Mạ mạ phạt ma ra, mục đế lệ, y hê y hê, thất na thất na, a ra sâm Phật ra xá lợi, phạt sa phạt sâm, Phật ra xá da, hô lô hô lô ma ra, hô lô hô lô hê rị, ta ra ta ra, tất rị tất rị, tô rô tô rô, bồ đề dạ bồ đề dạ, bồ đà dạ bồ đà dạ, di đế rị dạ, na ra cẩn trì địa rị sắc ni na, ba dạ ma na, ta bà ha. Tất đà dạ, ta bà ha. Ma ha tất đà dạ ta bà ha. Tất đà du nghệ, thất bàn ra dạ, ta bà ha. Na ra cẩn trì, ta bà ha. Ma ra na ra, ta bà ha. Tất ra tăng a mục khê da, ta bà ha. Ta bà ma ha, a tất đà dạ, ta bà ha. Giả kiết ra a tất đà dạ, ta bà ha. Ba đà ma yết, tất đà dạ, ta bà ha. Na ra cẩn trì bàn đà ra dạ, ta bà ha. Ma bà lỵ thắng yết ra dạ, ta bà ha.

Nam mô hắc ra đát na đa ra dạ da. Nam mô a rị da bà lô yết đế, thước bàn ra dạ, ta bà ha.

Án tất điện đô, mạn đa ra, bạt đà dạ, ta bà ha. *(3 lần)*

Nam-mô Bổn sư Thích-ca Mâu-ni Phật.

(3 lần)

KHAI KINH KỆ

**Vô thượng thậm thâm vi diệu pháp,
Bá thiên vạn kiếp nan tao ngộ,
Ngã kim kiến văn đắc thọ trì,
Nguyện giải Như Lai chân thật nghĩa.**

Nam-mô Liên Trì Hải Hội Phật Bồ Tát.

(3 lần)

PHẦN DỊCH ÂM

ĐƯỜNG THÁI TÔNG
PHẬT DI GIÁO KINH THI HÀNH SẮC

Vãng giả, Như Lai diệt hậu, dĩ mạt đại kiêu phù phó chúc quốc vương, đại thần hộ trì Phật pháp. Nhiên, tăng ni xuất gia giới hạnh tu bị. Nhược túng tình dâm dật, xúc đồ phiền não, quan thiệp nhân gian, động vi kinh luật, ký thất Như Lai huyền diệu chi chỉ, hựu khuy quốc vương thọ phó chi nghĩa.

Di giáo kinh giả, thị Phật lâm Niết-bàn sở thuyết, giới khuyến đệ tử, thậm vi tường yếu. Mạt tục tri tố tịnh bất sùng phụng. Đại đạo tương ẩn, vi ngôn thả tuyệt.

Vĩnh hoài Thánh giáo, dụng tư hoằng triển, nghi linh sở tư, sai thơ thủ thập nhân, đa tả Kinh bổn, vụ tại thi hành. Sở tu chỉ, bút, mặc đẳng, hữu tư chuẩn cấp. Kỳ quan hoạn ngũ phẩm dĩ thượng cập chư châu thứ sử, các phó nhất quyển. Nhược kiến Tăng Ni hạnh nghiệp dữ Kinh văn bất đồng, nghi công tư khuyến miễn, tất sử tuân hành.

PHẬT DI GIÁO KINH
[PHẬT THÙY BÁT NIẾT-BÀN LƯỢC THUYẾT GIÁO GIỚI KINH]

(Hậu Tần Tam Tạng Pháp Sư Cưu-ma-la-thập phụng chiếu dịch)

[CHÁNH VĂN]

NHẤT - KINH TỰ

Thích-ca Mâu-ni Phật, sơ chuyển pháp luân độ A-nhã Kiều-trần-như, tối hậu thuyết pháp độ Tu-bạt-đà-la. Sở ưng độ giả, giai dĩ độ ngật. Ư Sa-la song thọ gian, tương nhập Niết bàn. Thị thời, trung dạ tịch nhiên vô thanh. Vị chư đệ tử, lược thuyết pháp yếu.

NHỊ - TRÌ GIỚI

Nhữ đẳng tỳ-kheo! Ư ngã diệt hậu, đương tôn trọng trân kính Ba-la-đề-mộc-xoa. Như ám ngộ minh, bần nhân đắc bảo, đương tri thử tắc thị nhữ đẳng đại sư. Nhược ngã trụ thế, vô dị thử dã.

Trì tịnh giới giả, bất đắc phán mại mậu dịch, an trí điền trạch, súc dưỡng nhân dân, nô tỳ, súc sanh. Nhất thiết chủng thực cập chư tài bảo, giai đương viễn ly, như tỵ hỏa khanh.

Bất đắc trảm phạt thảo mộc, khẩn thổ, quật địa, hiệp hòa thang dược, chiêm tướng kiết hung, ngưỡng quan tinh tú, suy bộ doanh hư. Lịch số, toán kế, giai sở bất ưng.

Tiết thân, thời thực, thanh tịnh tự hoạt. Bất đắc tham dự thế sự, thông trí sứ mạng. Chú thuật, tiên dược, kết hảo quý nhân, thân hậu tiết mạn, giai bất ưng tác.

Đương tự đoan tâm chánh niệm cầu độ. Bất đắc bao tàng hà tỳ, hiển dị hoặc chúng.

Ư tứ cúng dường, tri lượng, tri túc. Thú đắc cúng sự, bất ưng súc tích.

Thử tắc lược thuyết trì giới chi tướng. Giới thị chánh thuận giải thoát chi bổn, cố danh Ba-la-đề-mộc-xoa. Nhân y thử giới đắc sanh chư thiền định cập diệt khổ trí tuệ. Thị cố tỳ-kheo đương trì tịnh giới, vật linh hủy khuyết.

Nhược nhân năng trì tịnh giới, thị tắc năng hữu thiện pháp. Nhược vô tịnh giới, chư thiện công đức giai bất đắc sanh. Thị dĩ đương tri giới vi đệ nhất an ổn công đức chi sở trụ xứ.

TAM - CHẾ TÂM

Nhữ đẳng tỳ-kheo! Dĩ năng trụ giới, đương chế ngũ căn, vật linh phóng dật, nhập ư ngũ dục. Thí như mục ngưu chi nhân, chấp trượng thị chi, bất linh túng dật, phạm nhân miêu giá. Nhược túng ngũ căn, phi duy ngũ dục tương vô nhai bạn, bất khả chế dã, diệc như ác mã bất dĩ bí chế, tương đương khiên nhân trụy ư khanh hãm.

Như bị kiếp hại, khổ chỉ nhất thế. Ngũ căn tặc họa, ương cập lũy thế, vi hại thậm trọng, bất khả bất thận. Thị cố trí giả chế nhi bất tùy, trì chi như tặc, bất linh túng dật. Giả linh túng chi, giai diệc bất cửu kiến kỳ ma diệt.

Thử ngũ căn giả, tâm vi kỳ chủ. Thị cố nhữ đẳng đương hảo chế tâm. Tâm chi khả úy, thậm ư độc xà, ác thú, oán tặc. Đại hỏa việt dật, vị túc dụ dã.

Thí như hữu nhân, thủ chấp mật khí, động chuyển khinh táo, đản quan ư mật, bất kiến thâm khanh.

Thí như cuồng tượng vô câu, viên hầu đắc thọ, đằng dược tráo trịch, nan khả cấm chế. Đương cấp tỏa chi, vô linh phóng dật. Túng thử tâm giả, táng nhân thiện sự; chế chi nhất xứ, vô sự bất biện.

Thị cố tỳ-kheo đương cần tinh tấn, chiết phục nhữ tâm.

TỨ - TIẾT THỰC

Nhữ đẳng tỳ-kheo! Thọ chư ẩm thực, đương như phục dược. Ư hảo, ư ố, vật sanh tăng giảm. Thú đắc chi thân, dĩ trừ cơ khát. Như phong thái hoa, đản thủ kỳ vị, bất tổn hương sắc. Tỳ-kheo diệc nhĩ, thọ nhân cúng dường, thú tự trừ não, vô đắc đa cầu, hoại kỳ thiện tâm. Thí như trí giả, trù lượng ngưu lực sở kham đa thiểu, bất linh quá phận, dĩ kiệt kỳ lực.

NGŨ - GIỚI THỤY MIÊN

Nhữ đẳng tỳ-kheo! Trú tắc cần tâm tu tập thiện pháp, vô linh thất thời. Sơ dạ, hậu dạ, diệc vật hữu phế; trung dạ tụng kinh, dĩ tự tiêu tức. Vô dĩ thụy miên nhân duyên linh nhất sanh không quá, vô sở đắc dã. Đương niệm vô thường chi hỏa thiêu chư thế gian. Tảo cầu tự độ, vật thụy miên dã.

Chư phiền não tặc thường tứ sát nhân, thậm ư oán gia. An khả thụy miên, bất tự cảnh ngộ? Phiền não độc xà thụy tại nhữ tâm, thí như hắc nguyên tại nhữ thất thụy. Đương dĩ trì giới chi câu, tảo bính trừ chi. Thụy xà ký xuất, nãi khả an miên. Bất xuất nhi miên, thị vô tàm nhân.

Tàm sỉ chi phục, ư chi trang nghiêm, tối vi đệ nhất. Tàm như thiết câu, năng chế nhân phi pháp.

PHẦN DỊCH ÂM

Thị cố tỳ-kheo thường đương tàm sỉ, vô đắc tạm thế. Nhược ly tàm sỉ, tắc thất chư công đức.

Hữu quý chi nhân, tắc hữu thiện pháp. Nhược vô quý giả, dữ chư cầm thú, vô tương dị dã.

LỤC - GIỚI SÂN NHUẾ

Nhữ đẳng tỳ-kheo! Nhược hữu nhân lai tiết tiết chi giải, đương tự nhiếp tâm, vô linh sân hận; diệc đương hộ khẩu, vật xuất ác ngôn. Nhược túng nhuế tâm, tắc tự phương đạo, thất công đức lợi.

Nhẫn chi vi đức, trì giới, khổ hạnh sở bất năng cập. Năng hành nhẫn giả, nãi khả danh vi hữu lực đại nhân. Nhược kỳ bất năng hoan hỷ nhẫn thọ ác mạ chi độc như ẩm cam lộ giả, bất danh nhập đạo trí tuệ nhân dã.

Sở dĩ giả hà? Sân nhuế chi hại tắc phá chư thiện pháp, hoại hảo danh văn; kim thế, hậu thế nhân bất hỷ kiến.

Đương tri sân tâm thậm ư mãnh hỏa, thường đương phòng hộ, vô linh đắc nhập. Kiếp công đức tặc, vô quá sân nhuế. Bạch y thọ dục, phi hành đạo nhân vô pháp tự chế, sân du khả thứ. Xuất gia hành đạo vô dục chi nhân, nhi hoài sân nhuế, thậm bất khả dã! Thí như thanh lãnh vân trung, tịch lịch khởi hỏa, phi sở ưng dã.

THẤT - GIỚI KIÊU MẠN

Nhữ đẳng tỳ-kheo! Đương tự ma đầu, dĩ xả sức hảo, trước hoại sắc y, chấp trì ứng khí, dĩ khất tự hoạt. Tự kiến như thị, nhược khởi kiêu mạn, đương tật diệt chi. Tăng trưởng kiêu mạn, thượng phi thế tục bạch y sở nghi, hà huống xuất gia nhập đạo chi nhân, vị giải thoát cố, tự giáng kỳ thân nhi hành khất da?

BÁT - GIỚI SIỂM KHÚC

Nhữ đẳng tỳ-kheo! Siểm khúc chi tâm dữ đạo tương vi. Thị cố nghi ưng chất trực kỳ tâm. Đương tri siểm khúc đản vi khi cuống, nhập đạo chi nhân tắc vô thị xứ. Thị cố nhữ đẳng nghi đương đoan tâm, dĩ chất trực vi bổn.

CỬU - THIỂU DỤC

Nhữ đẳng tỳ-kheo! Đương tri đa dục chi nhân, đa cầu lợi cố, khổ não diệc đa. Thiểu dục chi nhân, vô cầu vô dục, tắc vô thử hoạn. Trực nhĩ thiểu dục, thượng nghi tu tập, hà huống thiểu dục năng sanh chư công đức? Thiểu dục chi nhân tắc vô siểm khúc dĩ cầu nhân ý, diệc phục bất vi chư căn sở khiên. Hành thiểu dục giả, tâm tắc thản nhiên, vô sở ưu úy. Xúc sự hữu dư, thường vô bất túc. Hữu thiểu dục giả, tắc hữu Niết-bàn. Thị danh thiểu dục.

THẬP - TRI TÚC

Nhữ đẳng tỳ-kheo! Nhược dục thoát chư khổ não, đương quán tri túc. Tri túc chi pháp, tức thị phú lạc, an ổn chi xứ. Tri túc chi nhân tuy ngọa địa thượng, du vi an lạc. Bất tri túc giả, tuy xử thiên đường, diệc bất xứng ý! Bất tri túc giả, tuy phú nhi bần. Tri túc chi nhân, tuy bần nhi phú. Bất tri túc giả, thường vi ngũ dục sở khiên, vi tri túc giả chi sở lân mẫn. Thị danh tri túc.

THẬP NHẤT - VIỄN LY

Nhữ đẳng tỳ-kheo! Dục cầu tịch tĩnh, vô vi, an lạc, đương ly hội náo, độc xử nhàn cư.

Tĩnh xử chi nhân, Đế-thích, chư thiên sở cộng kính trọng. Thị cố đương xả kỷ chúng, tha chúng, không nhàn độc xử, tư diệt khổ bổn. Nhược nhạo chúng giả, tắc thọ chúng não. Thí như đại thọ, chúng điểu tập chi, tắc hữu khô chiết chi hoạn. Thế gian phược trước, một ư chúng khổ. Thí như lão tượng nịch nê, bất năng tự xuất. Thị danh viễn ly.

THẬP NHỊ - TINH TẤN

Nhữ đẳng tỳ-kheo! Nhược cần tinh tấn, tắc sự vô nan giả. Thị cố nhữ đẳng đương cần tinh tấn. Thí như tiểu thủy trường lưu, tắc năng xuyên thạch. Nhược hành giả chi tâm sác sác giải phế, thí như toàn hỏa, vị nhiệt nhi tức. Tuy dục đắc hỏa, hỏa nan khả đắc. Thị danh tinh tấn.

THẬP TAM - BẤT VONG NIỆM

Nhữ đẳng tỳ-kheo! Cầu thiện tri thức, cầu thiện hộ trợ, vô như bất vong niệm. Nhược hữu bất vong niệm giả, chư phiền não tặc tắc bất năng nhập. Thị cố nhữ đẳng thường đương nhiếp niệm tại tâm. Nhược thất niệm giả, tắc thất chư công đức. Nhược niệm lực kiên cường, tuy nhập ngũ dục tặc trung, bất vi sở hại. Thí như trước khải nhập trận, tắc vô sở úy. Thị danh bất vong niệm.

THẬP TỨ - THIỀN ĐỊNH

Nhữ đẳng tỳ-kheo! Nhược nhiếp tâm giả, tâm tắc tại định.

Tâm tại định cố, năng tri thế gian sanh diệt pháp tướng. Thị cố nhữ đẳng thường đương tinh tấn tu tập chư định. Nhược đắc định giả, tâm tắc bất tán. Thí như tích thủy chi gia, thiện trì đê đường. Hành giả diệc nhĩ, vị trí tuệ thủy cố, thiện tu thiền định, linh bất lậu thất. Thị danh vi định.

THẬP NGŨ - TRÍ HUỆ

Nhữ đẳng tỳ-kheo! Nhược hữu trí tuệ, tắc vô tham trước, thường tự tỉnh sát, bất linh hữu thất. Thị tắc ư ngã pháp trung, năng đắc giải thoát. Nhược bất nhĩ giả, ký phi đạo nhân, hựu phi bạch y, vô sở danh dã. Thật trí tuệ giả tắc thị độ lão bệnh tử hải kiên lao thuyền dã, diệc thị vô minh hắc ám đại minh đăng dã; nhất thiết bệnh giả chi lương dược dã; phạt phiền não thọ chi lợi phủ dã. Thị cố nhữ đẳng đương dĩ văn tư tu tuệ nhi tự tăng ích. Nhược nhân hữu trí tuệ chi chiếu, tuy thị nhục nhãn, nhi thị minh kiến nhân dã. Thị danh trí tuệ.

THẬP LỤC - BẤT HÝ LUẬN

Nhữ đẳng tỳ-kheo! Nhược chủng chủng hý luận, kỳ tâm tắc loạn. Tuy phục xuất gia, du vị đắc thoát. Thị cố tỳ-kheo đương cấp xả ly loạn tâm hý luận. Nhược nhữ đẳng dục đắc tịch diệt lạc giả, duy đương thiện diệt hý luận chi hoạn. Thị danh bất hý luận.

THẬP THẤT - TỰ MIỄN

Nhữ đẳng tỳ-kheo! Ư chư công đức, thường đương nhất tâm. Xả chư phóng dật, như ly oán tặc. Đại bi Thế Tôn sở thuyết lợi ích, giai dĩ cứu cánh. Nhữ đẳng đãn đương cần nhi hành chi. Nhược ư sơn gian, nhược không trạch trung, nhược tại thọ hạ, nhàn xử tĩnh thất, niệm sở thọ pháp, vật linh vong thất. Thường đương tự miễn, tinh tấn tu chi. Vô vi không tử, hậu trí hữu hối.

Ngã như lương y, tri bệnh thuyết dược. Phục dữ bất phục, phi y cữu giã. Hựu như thiện đạo, đạo nhân thiện đạo. Văn chi bất hành, phi đạo quá dã.

THẬP BÁT - QUYẾT NGHI

Nhữ đẳng nhược ư khổ đẳng Tứ đế, hữu sở nghi giả, khả tật vấn chi. Vô đắc hoài nghi, bất cầu quyết dã.

Nhĩ thời, Thế Tôn như thị tam xướng, nhân vô vấn giả. Sở dĩ giả hà? Chúng vô nghi cố.

Thời, A-nậu-lâu-đà quán sát chúng tâm, nhi bạch Phật ngôn:

Thế-Tôn! Nguyệt khả linh nhiệt, nhật khả linh lãnh, Phật thuyết Tứ đế bất khả linh dị. Phật thuyết Khổ đế thật khổ, bất khả linh lạc. Tập chân thị nhân, cánh vô dị nhân. Khổ nhược diệt giả, tức thị nhân diệt. Nhân diệt, cố quả diệt. Diệt khổ chi đạo, thật thị chân đạo, cánh vô dư đạo.

Thế Tôn! Thị chư tỳ-kheo, ư Tứ đế trung quyết định vô nghi.

THẬP CỬU - CHÚNG SANH ĐẮC ĐỘ

Ư thử chúng trung, sở tác vị biện giả, kiến Phật diệt độ, đương hữu bi cảm. Nhược hữu sơ nhập pháp giả, văn Phật sở thuyết, tức giai đắc độ. Thí như dạ kiến điện quang, tức đắc kiến đạo. Nhược sở tác dĩ biện, dĩ độ khổ hải giả, đãn tác thị niệm: Thế Tôn diệt độ, nhất hà tật tai?

A-nậu-lâu-đà tuy thuyết thị ngữ, chúng trung giai tất liễu đạt Tứ thánh đế nghĩa.

Thế-Tôn dục linh thử chư đại chúng giai đắc kiên cố, dĩ đại bi tâm, phục vị chúng thuyết:

Nhữ đẳng tỳ-kheo! Vật hoài bi não. Nhược ngã trụ thế nhất kiếp, hội diệc đương diệt. Hội nhi bất ly, chung bất khả đắc. Tự lợi, lợi tha, pháp giai cụ túc. Nhược ngã cửu trụ, cánh vô sở ích. Ưng khả độ giả, nhược thiên thượng, nhân gian, giai tất dĩ độ. Kỳ vị độ giả, giai diệc dĩ tác đắc độ nhân duyên.

NHỊ THẬP
- PHÁP THÂN THƯỜNG TẠI

Tự kim dĩ hậu, ngã chư đệ tử triển chuyển hành chi, tắc thị Như Lai Pháp thân thường tại nhi bất diệt dã. Thị cố đương tri thế giai vô thường, hội tất hữu ly. Vật hoài ưu não.

Thế tướng như thị. Đương cần tinh tấn, tảo cầu giải thoát, dĩ trí tuệ minh, diệt chư si ám. Thế thật nguy tụy, vô kiên lao giả. Ngã kim đắc diệt, như trừ ác bệnh. Thử thị ưng xả tội ác chi vật, giả danh vi thân, một tại lão, bệnh, sanh, tử đại hải. Hà hữu trí giả đắc trừ diệt chi, như sát oán tặc, nhi bất hoan hỷ?

NHỊ THẬP NHẤT - KẾT LUẬN

Nhữ đẳng tỳ-kheo! Thường đương nhất tâm, cần cầu xuất đạo. Nhất thiết thế gian động bất động pháp, giai thị bại hoại bất an chi tướng. Nhữ đẳng thả chỉ, vật đắc phục ngữ. Thời tương dục quá, ngã dục diệt độ. Thị ngã tối hậu chi sở giáo hối.

PHẬT DI GIÁO KINH

CHUNG

PHẦN DỊCH NGHĨA

SẮC CHỈ
CỦA VUA ĐƯỜNG THÁI TÔNG VỀ VIỆC THỰC HÀNH KINH LỜI DẠY CUỐI CÙNG

Đức Như Lai xưa trước khi diệt độ, biết rằng về đời mạt pháp con người rồi sẽ khinh bạc quá độ, nên phó chúc cho hàng quốc vương, đại thần hộ trì Phật pháp. Dù vậy, hàng tăng ni xuất gia tự phải nên đầy đủ giới hạnh. Nếu lại buông thả tình ý vào đường dâm dật, vướng vít phiền não, qua lại chốn thế gian, làm trái với kinh luật, tức là đánh mất đi ý chỉ huyền diệu của Như Lai, trái với ý nghĩa hàng quốc vương nhận lời phó chúc.

Kinh Di giáo này do Phật thuyết giảng lúc sắp nhập Niết-bàn, khuyên nhủ hàng đệ tử, lời lẽ rất rõ ràng, thiết yếu. Thế mà những kẻ xuất gia và tại gia đời mạt pháp đều chẳng tôn trọng làm theo. Đại đạo vì *thế sắp phải ẩn khuất, lời vi diệu ắt phải tuyệt dứt đi!*

Trẫm hằng nhớ tưởng Thánh giáo,[1] muốn rộng truyền ra, nên sắc cho quan thuộc sai mười người hay chữ, sao chép kinh này ra nhiều bản, là nhắm đến việc phải làm theo kinh. Những thứ cần dùng như giấy, bút, mực... quan hữu tư phải lo cung cấp.

Hết thảy quan viên từ ngũ phẩm trở lên, cùng thứ sử các châu, mỗi người được trao cho một quyển. Nếu ai thấy đức hạnh, việc làm của hàng tăng ni mà không phù hợp theo kinh này, thì nên lấy cả phép công lẫn tình riêng mà khuyên nhủ, khiến cho phải làm theo.

---

[1] Thánh giáo: Chỉ kinh điển của Phật thuyết. Vì lời dạy của Phật được xem như lời bậc Thánh, nên gọi là Thánh giáo.

KINH
LỜI DẠY CUỐI CÙNG

(Đời Hậu Tần Tam Tạng Pháp Sư Cưu-ma-la-thập

vâng chiếu dịch)

1. TỰA KINH

Đức Phật Thích-ca Mâu-ni,[1] lúc mới Chuyển pháp luân độ ông A-nhã Kiều-trần-như, đến khi thuyết pháp lần cuối cùng độ ông Tu-bạt-đà-la.[2] Khi những người đáng độ đã độ hết rồi, ở giữa hai

---

[1] Phật Thích-ca Mâu-ni (Śākyamuni Buddha): Phật, hay Phật-đà (Buddha), Hán dịch là Giác giả, vì ngài có đủ ba đức của tánh giác: 1. Tự giác (Tự mình giác ngộ), 2. Giác tha (Giác ngộ cho kẻ khác), 3. Giác hạnh viên mãn (Chỗ giác ngộ và chỗ thực hành đều trọn vẹn). Thích-ca Mâu-ni (Śākyamuni), Hán dịch là Năng Nhân, nghĩa là có đủ năng lực và lòng nhân từ. Ngài đản sanh năm 564 trước Dương lịch, nhập Niết-bàn năm 479 trước Dương lịch.

[2] Tu-bạt-đà-la, Hán dịch là Thiện Hiền. Trong hàng đệ tử xuất gia của Phật, Ông Kiều-trần-như là người đầu tiên đắc quả A-la-hán, Ông Tu-bạt-đà-la là người sau cùng đắc quả A-la-hán. Khi Phật sắp vào Niết-bàn, vị tu sĩ ngoại đạo Tu-bạt-đà-la được 120 tuổi đến cầu nghe Pháp. Nghe xong, thọ giới xuất gia làm tỳ-kheo và liền đó đắc quả A-la-hán.

KINH DI GIÁO (LỜI DẠY CUỐI CÙNG)

cây Sa-la[1] ngài sắp nhập Niết-bàn. Bấy giờ là nửa đêm, khắp nơi yên lặng không một âm thanh gì, Phật vì hàng đệ tử mà lược thuyết những chỗ cốt yếu trong giáo pháp.[2]

2. GIỮ GIỚI LUẬT

Các vị tỳ-kheo! Sau khi ta nhập diệt, nên tôn trọng, cung kính đối với giới luật,[3] như ở chỗ tối tăm được thấy ánh sáng, như người nghèo được của báu. Nên biết rằng giới luật là thầy của các vị, cũng

---

[1] Sa-la (Sāla), tên một loại cây lớn mọc thành rừng, hoa rất thơm, đẹp, Hán dịch là Kiên cố. Trong rừng sa-la gần thành Câu-thi-na, có hai cây mọc song song (Sa-la song thọ). Phật chọn nơi ấy làm chỗ nhập Niết bàn.

[2] Tuy Phật đã thuyết rất nhiều bộ kinh trong suốt thời gian trụ thế, nhưng trước lúc nhập Niết-bàn, ngài vì lòng từ mẫn nên lược nói những chỗ cốt yếu nhất để dặn dò hàng đệ tử. Người đệ tử Phật ít nhất cũng phải ghi nhớ và làm theo những chỗ cốt yếu này vậy.

[3] Giới luật, hay Ba-la-đề-mộc-xoa, cũng gọi là Giới bổn, Giới hạnh, Biệt giải thoát, Tùy thuận giải thoát, đều chỉ chung cho tất cả những giới luật mà người xuất gia phải tuân theo, gìn giữ. Ba-la-đề-mộc-xoa của tỳ-kheo gồm có 250 giới. Ba-la-đề-mộc-xoa của tỳ-kheo ni gồm có 348 giới.

như ta đây còn trụ thế, không hề khác biệt.

Người giữ giới trong sạch không được làm việc buôn bán đổi chác; mua giữ ruộng đất, nhà cửa; nuôi dưỡng nô tỳ, súc vật để cầu lợi. Tất cả những loại giống cây trồng cùng mọi thứ của cải quý báu đều phải nên xa lánh, như tránh xa hầm lửa vậy.

Không được đốn chặt cây cỏ, cày ruộng, đào đất; bào chế thuốc thang; xem tướng lành dữ; nhìn sao trên trời để suy lường vận mệnh nên hư. Những việc xem ngày giờ tốt xấu đều chẳng nên làm.

Hãy dè dặt giữ mình có tiết độ, ăn uống đúng giờ,[1] nuôi sống bằng cách trong sạch. Không được tham dự những công việc của người

---

[1] Người xuất gia chỉ ăn mỗi ngày một bữa, vào giờ ngọ. Quá giờ thì thà nhịn đói chứ không ăn.

đời, làm người đưa tin, làm sứ giả. Những việc như luyện chú thuật, thuốc tiên; giao hảo với người sang trọng, khinh thường kẻ thân cận gần gũi, đều không nên làm.

Phải tự mình luôn giữ chánh niệm, tâm ngay thẳng cầu thoát sanh tử. Không được che giấu lỗi lầm, hay làm những việc dị thường để mê hoặc người khác. Đối với bốn món được cúng dường[1] nên có chừng mực, biết đủ. Khi được cúng dường, chẳng nên chứa trữ.

"Đó là nói sơ qua hình tướng của việc giữ giới.[2] Giới luật chính là thuận theo gốc của giải thoát,

---

[1] Bốn món cúng dường: (Tứ cúng dường hay Tứ sự cúng dường) là bốn món thiết yếu nhất, người tu cần có đủ để duy trì cuộc sống. Đó là: đồ ăn uống, y phục, giường ghế, thuốc thang.

[2] Hình tướng của việc giữ giới (Trì giới chi tướng), nghĩa là mới nói những điều nhìn thấy bên ngoài mà thôi. Người giữ giới, ngoài việc giữ theo hình tướng, còn phải luôn giữ tâm thanh tịnh, giới luật tại tâm mình. Nếu trong tâm nghĩ điều trái với giới luật, cũng là phạm giới, dù chưa có tướng phá giới hiện ra bên ngoài.

PHẦN DỊCH ÂM

cho nên gọi là Tùy thuận giải thoát. Nhờ nương theo giới luật mà sanh ra các môn thiền định và trí tuệ diệt khổ.[1] Vì vậy mà tỳ-kheo phải giữ giới trong sạch, không để có sự hủy phạm, thiếu sót.

Nếu ai giữ giới trong sạch, ắt được các pháp lành. Nếu không giữ giới trong sạch, thì các công đức lành đều chẳng thể sanh ra. Nên phải biết rằng, giới luật là chỗ trụ an ổn bậc nhất sanh các công đức.

3. CHẾ NGỰ TÂM Ý

Các vị tỳ-kheo! Đã có thể trụ yên nơi giới rồi, nên chế ngự năm căn,[2] chớ để phóng dật, chạy theo

---

[1] Nhân giới sanh định, nhân định phát tuệ. Theo ý này thì giới luật là căn bản, là chỗ xuất phát trước nhất của người cầu đạo giải thoát, cũng là chiếc phao nổi phải luôn luôn giữ gìn nếu muốn vượt qua biển khổ sanh tử.

[2] Năm căn: Mắt, tai, mũi, lưỡi, thân. Năm căn ở trong, đối với năm trần ở ngoài, có sức phát sanh sự nhận biết, sự ham muốn, nên gọi là căn (gốc). Nếu nói sáu căn thì thêm ý căn.

năm dục.[1] Ví như người chăn bò, cầm gậy canh giữ, chẳng để cho tự do chạy bậy, xâm phạm ruộng người.

Nếu buông thả năm căn, chẳng những là chúng chạy theo năm dục không có giới hạn, không thể chế ngự, mà còn như con ngựa dữ không dây cương kiềm chế, sẽ lôi người sa xuống hầm hố.

Như bị giặc cướp làm hại, chỉ khổ một đời này thôi, nhưng bị giặc năm căn gây hại, khổ nạn sẽ kéo dài nhiều kiếp, lại rất nặng nề, không thể không thận trọng.

Vậy nên người có trí luôn chế ngự các căn, chẳng hề chạy theo; phòng giữ như giặc cướp, không

---

[1] Năm dục: Năm loại cảm xúc, ham muốn. Đối với hình sắc đẹp, mắt ham muốn nhìn; đối với âm thanh êm dịu, tai ham muốn được nghe; đối với mùi thơm, mũi ham muốn ngửi; đối với mùi vị ngon ngọt, miệng lưỡi ham muốn nếm qua; đối với sự mềm mại, thân thể ham muốn sự đụng cọ.

để buông thả. Nếu buông thả ra, chẳng bao lâu ắt phải hư hoại diệt mất.

Tâm ý là chủ của năm căn. Vậy nên các vị phải khéo chế ngự tâm. Tâm ý rất đáng sợ, hơn cả rắn độc, thú dữ, kẻ giặc thù, nạn lửa lớn tràn lan... Những thí dụ như thế cũng còn chưa đủ. Sự nguy cấp giống như người tay cầm bát mật, đi lại nhanh nhẹn, mắt chỉ nhìn vào bát mật nên chẳng thấy hố sâu dưới chân; như con voi điên không có móc sắt để kiềm giữ; lại như con vượn được lên cây, mặc tình nhảy nhót, khó bề ngăn cấm, chế ngự.

Vậy nên phải mau mau kiềm chế, chớ lười nhác buông thả. Nếu buông thả tâm ý, tất cả việc lành sẽ bị hủy hoại; chế ngự tâm ý rồi, không việc gì không thành tựu.

Vậy nên tỳ-kheo các vị phải siêng năng tinh tấn, chế ngự[1] cho được tâm mình.

4. ĂN UỐNG CÓ TIẾT ĐỘ

Các vị tỳ-kheo! Khi ăn uống nên xem như dùng thuốc để trị bệnh, dù ngon dù dở cũng chỉ dùng đúng mức,[2] đưa vào thân thể chỉ để khỏi đói khát mà thôi.

Như con ong hút mật, chỉ lấy nhụy hoa mà chẳng làm tổn hại hương sắc. Tỳ-kheo cũng vậy, nhận sự cúng dường chỉ đủ trừ đói khát, chẳng được tham cầu nhiều, tổn hại đến lòng lành của người; như kẻ khôn ngoan biết lượng sức con

---

[1] Chế ngự cho được tâm (chiết phục nhữ tâm): Hiểu sát nghĩa là bẻ gãy được sức mạnh của tâm, khuất phục được tâm. Ở đây nói đến tâm bất thiện, nên chúng tôi dịch là chế ngự được.

[2] Dù ngon, dù dở, cũng chỉ dùng đúng mức (ư hảo, ư ố, vật sanh tăng giảm): Không vì món ngon mà ăn nhiều hơn, không vì món dở mà ăn ít lại, nên dịch là "dùng đúng mức".

bò kéo, chẳng ép quá nặng khiến phải kiệt sức.

5. ĐỪNG THAM NGỦ NHIỀU

Các vị tỳ-kheo! Trọn ngày nên siêng năng tu tập thiện pháp, chẳng phí thời gian. Ban đêm, những lúc đầu hôm, cuối đêm cũng chẳng nên bỏ phí. Giữa đêm tụng kinh để tự tỉnh giác. Đừng để việc ngủ mê khiến cho một đời uổng phí chẳng được gì. Thường nhớ đến ngọn lửa vô thường luôn thiêu đốt cả thế gian, phải sớm lo cầu độ thoát lấy mình, chẳng ham mê ngủ. Giặc phiền não thường luôn rình rập giết hại người, độc hại hơn kẻ oán thù, sao còn ham ngủ mà chẳng tự thức tỉnh? Rắn độc phiền não đang ngủ trong tâm, ví như rắn độc hổ mang đang ngủ trong nhà mình. Hãy dùng móc sắt trì giới mà sớm trừ bỏ đi. Con rắn mê ngủ ấy trừ được rồi, mới có thể ngủ yên được.[1] Chưa trừ được rắn ấy mà vẫn ngủ yên là không biết tự hổ thẹn.

Lấy sự tự hổ thẹn làm trang phục, đó là bậc nhất trong các món trang sức làm đẹp. Hổ thẹn giống như cái móc sắt, có thể giúp chế ngự được việc làm sai trái. Nên tỳ-kheo thường luôn phải biết tự hổ thẹn, dù trong thoáng chốc cũng không tạm lìa. Nếu lìa khỏi sự hổ thẹn, ắt phải mất hết các công đức.

Người biết xấu hổ thì mới làm được điều lành. Kẻ không biết xấu hổ, chẳng khác chi loài cầm thú."[2]

---

[1] Cũng như việc ăn uống, tỳ-kheo ngủ nghỉ chỉ vừa đủ dưỡng thân không tật bệnh. Nên phải trừ được tánh ham ngủ rồi mới ngủ. Khi ấy, tuy ngủ nhưng không ham mê quá độ. Chưa trừ được tánh ham ngủ tức là còn bị tham đắm.

[2] Trong đoạn này phải phân biệt hai ý. Trước nói đến tự hổ thẹn (tàm), đó là tự mình biết việc xấu đã làm mà thấy hổ thẹn, ăn năn, không muốn tái phạm. Sau nói đến xấu hổ (quý), đó là khi người khác biết việc xấu mình làm, thì lòng thấy xấu hổ, cũng do đó mà lần sau không dám tái phạm. Hai loại cảm xúc này có vẻ giống như nhau nhưng chỉ khác

6. KHÔNG NÓNG GIẬN

Các vị tỳ-kheo! Nếu có người đến cắt xẻo thân thể các vị, hãy tự nhiếp tâm không để nóng giận, lại cũng phòng hộ cửa miệng, chớ nói ra lời ác độc. Nếu buông thả tâm nóng giận là tự mình làm hại đường tu, mất hết lợi ích công đức.

Nhẫn nhục là đức tính mà trì giới và khổ hạnh không thể sánh bằng. Người có thể nhẫn nhục mới đáng gọi là bậc đại nhân có sức mạnh. Nếu ai không thể vui lòng nhận lời mắng chửi độc ác như uống nước cam lộ, thì người ấy chẳng xứng gọi là bậc trí tuệ đã nhập đạo. Vì sao vậy? Cái hại của

---

ở chỗ: "tàm" là tự mình hổ thẹn với lương tâm mình, cho dù không ai biết việc sai trái của mình, còn "quý" là xấu hổ khi có người khác biết đến. Trong kinh Phật rất thường nhắc đến hai từ này đi đôi với nhau (tàm quý), vì người có đủ 2 đức ấy mới thật sự lìa được các việc không tốt.

sự nóng giận là hủy hoại các pháp lành, làm mất danh tiếng tốt, khiến cho đời này và đời sau chẳng còn ai muốn gặp gỡ mình.

Nên biết rằng tâm nóng giận còn hơn cả lửa dữ, phải thường phòng hộ không để cho nhập vào. Giặc cướp công đức, không gì hơn tâm nóng giận. Người thế tục thọ hưởng dục lạc, chẳng phải người hành đạo, không biết cách tự chế nên nóng giận còn có thể châm chước, như người xuất gia hành đạo, không còn tham dục mà ôm giữ sự nóng giận thật không thể được. Như giữa trời xanh trong mát mà có sấm sét nảy lửa, thật không phải việc đáng có.

PHẦN DỊCH ÂM

7. ĐỪNG KIÊU MẠN

Các vị tỳ-kheo! Khi tự xoa đầu[1] hãy nhớ rằng mình đã xả bỏ những món trang sức đẹp, mặc áo hoại sắc,[2] ôm bình bát[3] đi xin ăn để sống. Tự thấy biết như vậy rồi, nếu khởi tâm kiêu mạn[4] thì phải mau trừ bỏ đi. Người thế tục còn không nên để lòng kiêu mạn tăng trưởng, huống chi những kẻ xuất gia nhập đạo, đã vì cầu giải thoát mà tự hạ mình đi xin ăn?

---

[1] Tự xoa đầu (tự ma đầu): lấy tay xoa đầu để tự nhắc nhở, mình đã là người cạo tóc xuất gia, tức nhiên không còn muốn đeo mang những món trang điểm như người thế gian. Trong Tỳ-kheo mẫu luận có chép: "Sở dĩ cạo tóc là để trừ bỏ lòng kiêu mạn."

[2] Áo hoại sắc, tức là áo cà-sa: Người xuất gia mặc y phục đều phải nhuộm cho mất màu vải đi, cho mất giá trị theo thế gian của y phục ấy. Vì vậy nên gọi là áo hoại sắc (hoại sắc y), nghĩa là làm mất màu đi rồi. Thường thì nhuộm màu vàng, hoặc màu nâu.

[3] Nguyên tác dùng "ứng khí" để chỉ cái bình bát của người xuất gia, cũng gọi là ứng lượng khí, nghĩa là món đồ đựng vật thực cúng dường vừa đủ một bữa ăn.

[4] Kiêu mạn: Tự xem mình là tài giỏi, tốt đẹp hơn kẻ khác (cho dù không đúng vậy), nên khinh thường chẳng tôn trọng ai.

8. TRỪ TÂM SIỂM KHÚC

Các vị tỳ-kheo! Tâm siểm khúc[1] là trái với đạo. Vì vậy nên phải giữ lòng chơn chất, ngay thẳng.[2] Nên biết rằng tâm siểm khúc chỉ để lừa dối. Người tu hành trong đạo ắt không như vậy. Các vị nên giữ lòng đoan chánh, lấy sự chơn chất ngay thẳng làm gốc.

9. ÍT HAM MUỐN

Các vị tỳ-kheo! Nên biết rằng người nhiều ham muốn luôn cầu nhiều món lợi, nên khổ não cũng

---

[1] Siểm khúc: Siểm là nịnh hót, bợ đỡ kẻ quyền thế; khúc là cong vạy, chẳng ngay thẳng, tức là lòng dối trá chẳng theo đúng sự thật. Nói siểm khúc, vì hai nết xấu này đi đôi với nhau. Đã muốn nịnh hót, bợ đỡ, tất chẳng thể nói lời ngay thật được.

[2] Chơn chất ngay thẳng (chất trực) Lòng ngay thẳng, có sao nói vậy, không vì bất cứ tác động nào mà gian dối, bóp méo sự thật. Vì sự đối nghịch giữa hai tính chất, nên người chất trực thì không thể mắc lỗi siểm khúc.

nhiều.¹ Người ít ham muốn không có sự mong cầu, không tham lam, ắt không có những khổ não ấy. Chỉ riêng điều đó thôi cũng đã rất nên tu tập, huống chi ít ham muốn lại còn có thể sanh ra các công đức?

Người ít ham muốn thì không cần phải nịnh hót dối trá để vừa lòng người khác, lại cũng không bị các căn dắt dẫn [chạy theo dục lạc].² Người thực hành ít ham muốn thì trong lòng thản nhiên, không có gì phải lo lắng, sợ sệt; gặp hoàn cảnh nào cũng thấy đầy đủ. Giữ tâm ít ham muốn, ắt đạt đến Niết-bàn.

Đó gọi là hạnh ít ham muốn.

---

[1] Khởi tâm tham cầu nhiều, dù được hay không được cũng đều vướng vào khổ não. Ví như cầu được, sự ham muốn cũng chẳng thể thỏa mãn, vì nó thật không có giới hạn. Như cầu không được thì tất nhiên là phải sanh khổ não.

[2] Do ham muốn nên năm căn chạy theo năm trần, dắt dẫn, thúc giục người ta tạo các ác nghiệp. Trừ được ham muốn thì chế phục được năm căn, chẳng bị chúng dắt dẫn nữa. Xem lại mục 3: Chế ngự tâm ý.

10. BIẾT ĐỦ

Các vị tỳ-kheo! Nếu muốn thoát khỏi mọi khổ não, nên quán xét biết đủ.[1] Pháp biết đủ chính là chỗ giàu có, an vui. Người biết đủ dù nằm trên đất vẫn thấy an vui; người không biết đủ dù ở thiên đàng cũng chưa vừa ý.

Kẻ không biết đủ, tuy giàu mà nghèo. Người biết đủ, tuy nghèo mà giàu. Kẻ không biết đủ thường bị năm dục dẫn dắt lôi kéo, khiến người biết đủ lấy làm thương xót.

Đó gọi là hạnh biết đủ.

11. XA LÌA

Các vị tỳ-kheo! Muốn cầu tịch tĩnh, vô vi, an lạc, nên lìa chỗ tụ họp huyên náo, một mình ở nơi thanh vắng. Người ở nơi yên tĩnh, Đế-

---

[1] Tâm tham muốn không có giới hạn. Biết đủ tức là nhận biết nhu cầu thực sự của mình, chỉ cần đáp ứng vừa đủ, không vì lòng tham mà cầu nhiều hơn.

thích và chư thiên đều kính trọng. Vì vậy, chúng hội của mình hay của người khác[1] đều nên buông bỏ, đến ở một mình nơi thanh vắng, tư duy quán chiếu diệt tận gốc khổ.

Nếu ưa thích nơi đông người tụ họp, ắt phải chịu nhiều khổ não. Ví như cây lớn, có nhiều chim chóc tụ họp, ắt không khỏi nạn cành nhánh khô gãy. Bị trói buộc trong cảnh thế tục, ắt phải chìm đắm trong bể khổ, như con voi già sa lầy, không thể tự thoát được.

Đó gọi là hạnh xa lìa.

12. TINH TẤN

Các vị tỳ-kheo! Nếu chuyên cần tinh tấn thì không có việc gì là khó. Bởi vậy, các vị nên chuyên

---

[1] Chúng hội: nhóm người tụ tập lại, cùng sống với nhau vì một mục đích chung. Chúng hội của mình, là chúng hội do mình đứng đầu, cai quản. Chúng hội của người khác là chúng hội mà mình nương nhờ theo, do người khác chủ quản.

cần tinh tấn. Ví như dòng nước nhỏ chảy mãi cũng làm mòn tảng đá. Nếu người tu tập trong lòng biếng nhác, lui sụt thì cũng giống như người xát cây lấy lửa, chưa nóng đã vội ngưng nghỉ.[1] Dù muốn được lửa cũng khó mà được.

Đó gọi là hạnh tinh tấn.

13. KHÔNG MẤT CHÁNH NIỆM

Các vị tỳ-kheo! Cầu bậc thiện tri thức, cầu người trợ giúp, cũng không bằng giữ lấy chánh niệm. Nếu người không mất chánh niệm, giặc phiền não chẳng xâm nhập được. Vậy nên các vị phải thường thâu nhiếp chánh niệm trong tâm. Nếu để mất chánh niệm thì mất hết

---

[1] Thời xưa chưa có những phương tiện như diêm quẹt, bật lửa, nên muốn lấy lửa thì dùng hai thanh cây khô có độ ma sát cao để chà xát vào nhau thật lâu, bên cạnh để một nắm bùi nhùi dễ bắt lửa. Nhờ chà xát lâu, nóng lên mà có lửa.

công đức. Niệm lực kiên cố, mạnh mẽ thì dù ở giữa đám giặc năm dục cũng không bị hại; giống như mặc áo giáp ra trận thì không sợ gì cả.

Như vậy gọi là không mất chánh niệm.

14. THIỀN ĐỊNH

Các vị tỳ-kheo! Nếu người nhiếp tâm thì tâm an định. Nhờ tâm an định, có thể biết được các tướng của pháp sanh diệt ở thế gian. Vậy nên các vị thường phải tinh tấn tu tập các phép định. Nếu người được an định thì tâm không tán loạn. Ví như người muốn giữ nước phải khéo đắp sửa bờ đê. Người tu tập cũng thế, vì muốn giữ nước trí tuệ nên khéo tu [sửa con đê] thiền định, chẳng để cho [nước trí tuệ tràn qua] chảy mất.

Như vậy gọi là định.

15. TRÍ TUỆ

Các vị tỳ-kheo! Nếu có trí tuệ thì không tham đắm, vướng mắc. Thường tự xét mình, chẳng để có sai sót. Người như vậy thì ở trong Chánh pháp có thể đạt được giải thoát. Nếu không được như vậy thì đã chẳng xứng bậc tu hành, lại cũng không phải người thế tục, thật chẳng biết phải gọi là gì.

Trí tuệ chân thật là con thuyền bền chắc đưa người vượt qua biển già, bệnh, chết, là ngọn đèn lớn sáng soi trong vô minh tăm tối, là liều thuốc hay trị được hết thảy bệnh tật, là lưỡi rìu bén đốn ngã cây phiền não. Vậy nên các vị phải lấy các môn trí tuệ từ lắng nghe, suy xét và tu tập[1] mà tự tăng thêm

---
[1] Đó là ba môn trí tuệ (Tam tuệ), gọi là Văn tuệ, Tư tuệ, Tu tuệ. Văn tuệ là trí tuệ do sự nghe biết. Nhờ nghe giảng kinh điển mà sanh trí tuệ. Tư tuệ là trí tuệ do sự suy xét. Nhờ suy xét nghĩa lý của kinh điển mà sanh trí tuệ. Tu tuệ là trí tuệ do sự tu tập. Nhờ tu tập thiền định mà sanh trí tuệ.

phần ích lợi. Nếu người có trí tuệ quán chiếu thì dù với mắt thịt[1] vẫn là người sáng suốt thấy rõ.

Như vậy gọi là trí tuệ.

16. KHÔNG TRANH LUẬN VÔ ÍCH

"Các vị tỳ-kheo! Nếu tranh luận đủ mọi chuyện vô ích[2] thì tâm phải tán loạn. Cho dù là người đã xuất gia nhưng chưa được giải thoát, nên tỳ-kheo phải gấp rút lìa bỏ việc để tâm tán loạn tranh luận vô ích. Nếu các vị muốn được niềm vui tịch diệt, chỉ nên khéo dứt trừ mối hại của việc tranh luận vô ích.

Như vậy gọi là không tranh luận vô ích.

---

[1] Mắt thịt (nhục nhãn): mắt của người thế tục, trong thân xác người thường.
[2] Nguyên tác dùng "chủng chủng hý luận", để chỉ những sự tranh luận vô ích, chỉ nhằm mục đích thỏa mãn sự tự tôn hoặc tiêu phí thời gian mà không mang lại một lợi ích thiết thực nào cho sự tu tập giải thoát.

17. TỰ GẮNG SỨC

Các vị tỳ-kheo! Đối với mọi công đức thường nên hết lòng tu tập, lìa bỏ sự buông thả biếng nhác như tránh xa giặc thù. Những điều lợi ích mà đức Đại bi Thế Tôn đã thuyết dạy đều có thể lấy làm cứu cánh, các vị chỉ cần gắng sức chuyên cần thực hành. Những khi ở chốn núi cao hoặc đầm lầy vắng vẻ, hoặc ở dưới gốc cây, hoặc trong nhà vắng, đều phải luôn nghĩ nhớ đến các pháp đã thọ học, đừng để quên mất. Thường phải tự mình gắng sức, tinh tấn tu tập. Chớ để uổng phí một đời, sau này phải hối tiếc.

Ta như thầy thuốc, biết bệnh cho thuốc. Người bệnh uống thuốc hay không, đó chẳng phải lỗi thầy thuốc. Lại cũng như người khéo chỉ đường, chỉ cho mọi người con đường tốt. Nghe rồi mà chẳng đi theo, đó chẳng phải lỗi người chỉ đường.

18. DỨT LÒNG NGHI

Nếu các vị còn có chỗ nghi ngờ về các pháp Khổ, Tập... trong Bốn Thánh đế thì mau thưa hỏi, đừng ôm lòng nghi mà chẳng cầu được làm rõ.

Lúc ấy, đức Thế Tôn nói đến ba lần như vậy nhưng không ai thưa hỏi. Vì sao vậy? Vì đại chúng không còn ai nghi hoặc cả.

Bấy giờ, ngài A-nậu-lâu-đà[1] quán biết tâm ý của đại chúng, liền bạch Phật: "Bạch Thế Tôn! Ví như có thể làm cho mặt trăng nóng lên, mặt trời lạnh đi,[2] nhưng Bốn Thánh

---
[1] A-nậu-lâu-đà (Aniruddha), cũng đọc là A-na-luật. Hán dịch là Như ý Vô tham. Ông là một người trong hoàng tộc (họ Thích-ca), xuất gia chứng đắc Thánh quả, được dự hàng Thập đại đệ tử, được Phật khen là Thiên nhãn đệ nhất.
[2] Ví dụ này muốn nói ên chuyện rất khó làm.

đế mà Phật đã thuyết dạy không thể làm cho sai khác. Phật thuyết Khổ đế, quả thật là khổ, không thể là vui. Phật thuyết Tập khổ đế là nhân, thật không còn có nhân nào khác nữa. Nếu khổ được diệt, ấy là do nhân đã diệt. Vì nhân đã diệt nên quả phải diệt. Đạo diệt khổ ấy quả thật là đạo chân chánh, không còn đạo nào khác nữa.

Bạch Thế Tôn! Các vị tỳ-kheo đối với Bốn Thánh đế đã tin chắc không còn lòng nghi.

19. CHÚNG SANH ĐƯỢC ĐỘ THOÁT

Trong đại chúng khi ấy, có những người tu tập chưa hoàn mãn, thấy Phật nhập diệt liền sanh lòng bi cảm. Có những người mới vào đạo, nghe lời Phật dạy liền được cứu độ ngay, như trong đêm tối vừa có tia chớp lóe sáng liền thấy đường đi. Lại có những người tu tập đã hoàn mãn, đã vượt qua biển khổ, thì chỉ nghĩ rằng: Thế Tôn diệt độ sớm thế sao!

Tuy ngài A-nậu-lâu-đà đã nói rằng đại chúng ai ai cũng đều hiểu rõ nghĩa của Bốn Thánh đế, nhưng Đức Thế Tôn muốn cho tất cả đại chúng đều được lòng kiên cố nên lấy tâm đại bi, vì hết thảy đại chúng mà dạy rằng:

Các vị tỳ-kheo! Đừng ôm lòng bi thương áo não. Nếu như ta có trụ thế trọn một kiếp, cuối cùng rồi cũng diệt độ. Hợp mà không tan là điều không thể được. Chỗ lợi mình, lợi người,[1] trong giáo pháp

---

[1] Lợi mình, lợi người (tự lợi, lợi tha): Người tu tập vừa được lợi lạc cho chính mình (tự lợi), vừa mang lại lợi lạc cho kẻ khác (lợi tha). Nhưng chính nhờ giúp lợi lạc cho kẻ khác mà người tu mới hoàn thiện được chính mình, gieo trồng thiện căn cầu quả giải thoát. Cho nên, nhìn một cách toàn diện thì tự lợi và lợi tha chỉ là hai mặt của một vấn đề. Với tâm ích kỷ chỉ nghĩ đến riêng mình thì không thể tu đạo chứng quả được.

ta đều đã dạy đủ. Nếu ta ở đời lâu nữa cũng không ích gì. Những ai có thể cứu độ, trong hai cõi trời, người đều đã được cứu độ. Còn những ai chưa thể cứu độ, ta cũng đã vì họ mà tạo nhân duyên cứu độ về sau.[1]

20. PHÁP THÂN CÒN MÃI

(Phần Lưu thông)

Từ nay về sau, đệ tử của ta cứ tuần tự y theo Chánh pháp mà thực hành. Như vậy là Pháp thân của Như Lai vẫn thường còn chẳng mất. Nên biết rằng mọi việc trong đời đều vô thường, có tụ hội ắt có chia lìa. Đừng ôm lòng sầu khổ nữa, hình tướng ở đời là như thế. Hãy siêng năng tinh tấn, sớm cầu

---

[1] Những ai chưa đủ căn lành để được cứu độ ngay trong thời Phật tại thế, sau này có thể y theo kinh điển mà tu tập, nghiêm trì giới luật, thì cũng được giải thoát. Vì vậy nên nói là đã tạo ra nhân duyên cứu độ về sau.

giải thoát, đem ánh sáng trí tuệ mà trừ diệt ngu si u ám. Cuộc đời thật là mong manh, nguy hiểm, không có gì bền chắc. Nay ta sắp nhập diệt, như trừ xong bệnh dữ. Cái hình tướng tội lỗi xấu ác đáng xả bỏ này, giả tạm mà gọi là thân, chìm đắm trong biển lớn già, bệnh, sanh tử. Có bậc trí nào đã dứt trừ được nó, như giết được kẻ giặc thù mà lại không hoan hỷ?

21. KẾT LUẬN

Các vị tỳ-kheo! Thường phải hết lòng chuyên cần cầu đạo giải thoát. Hết thảy các pháp thế gian, dù biến động hay không, cũng đều là tướng hư hoại, chẳng trụ yên. Các vị thôi đừng nói gì thêm nữa. Đã đến lúc ta sắp diệt độ. Đây là những lời dạy cuối cùng của Như Lai.

MỤC LỤC

NGHI THỨC KHAI KINH 5
PHẦN DỊCH ÂM
    ĐƯỜNG THÁI TÔNG PHẬT DI GIÁO KINH THI
    HÀNH SẮC 13
    NHẤT - KINH TỰ 15
    NHỊ - TRÌ GIỚI 15
    TAM - CHẾ TÂM 17
    TỨ - TIẾT THỰC 19
    NGŨ - GIỚI THỤY MIÊN 20
    LỤC - GIỚI SÂN NHUẾ 21
    THẤT - GIỚI KIÊU MẠN 22
    BÁT - GIỚI SIỂM KHÚC 23
    CỬU - THIỂU DỤC 23
    THẬP - TRI TÚC 24
    THẬP NHẤT - VIỄN LY 25
    THẬP NHỊ - TINH TẤN 25
    THẬP TAM - BẤT VONG NIỆM 26
    THẬP TỨ - THIỀN ĐỊNH 26
    THẬP NGŨ - TRÍ HUỆ 27
    THẬP LỤC - BẤT HÝ LUẬN 28
    THẬP THẤT - TỰ MIỄN 28
    THẬP BÁT - QUYẾT NGHI...................................... 29
    THẬP CỬU - CHÚNG SANH ĐẮC ĐỘ 30
    NHỊ THẬP - PHÁP THÂN THƯỜNG TẠI................ 32
    NHỊ THẬP NHẤT - KẾT LUẬN 33

MỤC LỤC

PHẦN DỊCH NGHĨA

SẮC CHỈ CỦA VUA ĐƯỜNG THÁI TÔNG VỀ VIỆC THỰC HÀNH KINH DI GIÁO..................35
1. TỰA KINH 37
2. GIỮ GIỚI LUẬT 38
3. CHẾ NGỰ TÂM Ý 41
4. ĂN UỐNG CÓ TIẾT ĐỘ 44
5. ĐỪNG THAM NGỦ NHIỀU 45
6. KHÔNG NÓNG GIẬN 47
7. ĐỪNG KIÊU MẠN 49
8. TRỪ TÂM SIỂM KHÚC 50
9. ÍT HAM MUỐN 50
10. BIẾT ĐỦ 52
11. XA LÌA 52
12. TINH TẤN 53
13. KHÔNG MẤT CHÁNH NIỆM 54
15. TRÍ TUỆ 56
16. KHÔNG TRANH LUẬN VÔ ÍCH 57
17. TỰ GẮNG SỨC 58
18. DỨT LÒNG NGHI 59
19. CHÚNG SANH ĐƯỢC ĐỘ THOÁT 60
20. PHÁP THÂN CÒN MÃI 62
21. KẾT LUẬN 63

65

Lời thưa

Trong kinh Pháp Cú, đức Phật dạy rằng: "Pháp thí thắng mọi thí." Thực hành Pháp thí là chia sẻ, truyền rộng lời Phật dạy đến với mọi người. Mỗi người Phật tử đều có thể tùy theo khả năng để thực hành Pháp thí bằng những cách thức như sau:

1. Cố gắng học hiểu và thực hành những lời Phật dạy. Tự mình học hiểu càng sâu rộng thì việc chia sẻ, bố thí Pháp càng có hiệu quả lớn lao hơn. Nên nhớ rằng việc đọc sách còn quan trọng hơn cả việc mua sách.

2. Phải trân quý kinh điển, sách vở in ấn lời Phật dạy. Khi có điều kiện thì mua, thỉnh về nhà để tự mình và người trong gia đình đều có điều kiện học hỏi làm theo. Không nên giữ làm của riêng mà phải sẵn lòng chia sẻ, truyền rộng, khuyến khích nhiều người khác cùng đọc và học theo. Không nên để kinh sách nằm yên đóng bụi trên kệ sách, vì kinh sách không có người đọc thì không thể mang lại lợi ích.

3. Tùy theo khả năng mà đóng góp tài vật, công sức để hỗ trợ cho những người làm công việc biên soạn, dịch thuật, in ấn, lưu hành kinh sách, để ngày càng có thêm nhiều kinh sách quý được in ấn, lưu hành.

Thông thường, việc chi tiêu một số tiền nhỏ không thể mang lại lợi ích lớn, nhưng nếu sử dụng vào việc giúp lưu hành kinh sách thì lợi ích sẽ lớn lao không thể suy lường. Đó là vì đã giúp cho nhiều người có thể hiểu và làm theo lời Phật dạy. Mong sao quý Phật tử khắp nơi đều lưu tâm đóng góp sức mình vào những việc như trên.

TINH YẾU THỰC HÀNH PHÁP THÍ

- Mua thỉnh kinh sách về đọc, tự mình sẽ được rất nhiều lợi ích.

- Chia sẻ, truyền rộng bằng cách cho mượn, biếu tặng kinh sách đến nhiều người thì lợi ích ấy càng tăng thêm gấp nhiều lần.

- Đóng góp công sức, tài vật để hỗ trợ công việc biên soạn, dịch thuật, giảng giải, in ấn, lưu hành kinh sách thì công đức lớn lao không thể suy lường, vì có vô số người sẽ được lợi ích từ việc lưu hành kinh sách.

www.ingramcontent.com/pod-product-compliance
Lightning Source LLC
LaVergne TN
LVHW021735060526
838200LV00052B/3288